ભારતની મહાન મહિલાઓ

મધર ટેરેસા

રેનુ સરન

ગુજરાત પુસ્તકાલય સ. સ. મંડળ લિ.
૧૧, ઈલોરા કોમર્શીયલ સેન્ટર, પહેલો માળ, રીલીફ સીનેમા પાછળ.
સવાપસ રોડ, અમદાવાદ–૩૮૦ ૦૦૧
ફોન : ૨૫૫૦ ૬૯૭૩

ડાયમંડ બુક્સ

ISBN : 978-81-288-3866-8

પ્રકાશક : ડાયમંડ પોકેટ બુક્સ (પ્રા.) લિ.
X-30, ઓખલા ઇંડસ્ટ્રિયલ એરિયા, ફેઝ-II,
નવી દિલ્હી-110020
ફોન : 011-40712100
ઇ-મેઇલ : sales@dpb.in
વેબસાઇટ : www.diamondbook.in
સંસ્કરણ : 2025
સમ્પાદક : એમ.આઈ. રાજસ્વી
મુદ્રક : આદર્શ પ્રિન્ટર્સ, શાહદરા, દિલ્હી - ૩૨

MOTHER TERESA

By : Renu Saran

વિષય સૂચી

પરિચય

૨૦મી સદીમાં કદાચ જ કોઈને આટલા લોકોનો પ્રેમ મળ્યો હશે, જેટલો અલ્બાનિયામાં જન્મેલી સાધારણ-જેવી દેખાવાવાળી મહિલા મધર ટેરેસાને મળ્યો. સાધારણ કાયાની આ મહિલાના દિલમાં જરૂરતમંદો માટે દયા અને પીડિતો માટે સહાનુભૂતિની ધારા હંમેશાં વહેતી રહેતી હતી. એમની આંખોમાં છલકાતા દયાભાવમાં લોકોને પરમ સત્ય માટે સમર્પણની ઝલક સ્પષ્ટ નજરે પડતી હતી. સાંસારિક વસ્તુઓનો મોહ છોડીને જીવનને સાદગીથી જીવવાની કળાનું અનુસરણ કરવું એક સામાન્ય માણસ માટે સરળ નથી. સૌના મનમાં મધર ટેરેસા માટે પ્રેમ અને પ્રશંસાનો ઊંડો ભાવ હતો.

મધર ટેરેસાએ માનવતાને પ્રાચીન ધાર્મિક વિશ્વાસમાં પરિપૂર્ણ કરી, જે આધુનિક યુગમાં અદશ્ય થઈ ચુકી હતી. એમનું કહેવું હતું કે ઈશ્વરની નિઃસ્વાર્થ સેવા જ ધરતી પર પરમ આનંદની

પ્રાપ્તિ કરાવી શકે છે. તેઓ મનુષ્ય માત્રની સેવાને જ ઈશ્વરની સેવા માનતી હતી. એમણે જેવું કહ્યું, તેવું જ કર્યું. એમણે જે પ્રાણીની પણ સેવા કરી, એને ઈસુના રૂપમાં જોયા. આ રીતે ઈશ્વર પ્રત્યે પોતાના પ્રેમનો વિસ્તાર એમણે માનવતા પ્રત્યે પ્રેમ વ્યક્ત કરીને કર્યો.

ગરીબો, પીડિતો અને ઘૃણાને પાત્ર સમજાવાવાળા રોગીઓની સેવામાં એમણે પોતાનું સર્વસ્વ ન્યોછાવર કરી દીધું. આ બધું કરવા માટે એમની પાસે મનની અપાર શક્તિ અને ઊર્જા હતી. તેઓ પોતાનું જીવન એક સાચ્ચા ધાર્મિકની જેમ વ્યતીત કરતી હતી. તેઓ ઈસુની સાચ્ચી સેવિકા હતી. એમના માટે પીડિત, વંચિત, ગરીબ, રોગી અને અનાથ બધા ઈસુના અવતાર હતા. જેમની સેવામા તેઓ રાત-દિવસ લાગેલી રહેતી હતી. એમના માટે હિન્દૂ કૃષ્ણ અને મુસ્લિમ મોહમ્મદમાં કોઈ અંતર ન હતું. તેઓ બધા માટે સમાન ભાવથી સમર્પિત હતી.

મધર ટેરેસાએ જે ઉત્સાહથી માનવતાની સેવા કરી, એની મિસાલ મળવી સરળ નથી. એમણે કણસતી માનવતાને યાદ અપાવ્યું કે જો આપણે શાંતિ ઇચ્છીએ, તો આપણે સદ્ભાવની સાથે હળી-મળીને ચાલવું પડશે.

જન્મ અને બાળપણ

મધર ટેરેસનો જન્મ ૨૭ ઓગસ્ટ, ૧૯૧૦એ તત્કાલીન યૂગોસ્લાવિયાના સ્કપ્જે નામના શહેરમાં થયો હતો. આ શહેર હવે મેસેડોનિયા ગણતંત્રની રાજધાની છે. મધર ટેરેસાનું વાસ્તવિક નામ 'એગ્ન્સ ગોનાક્સા બેજાક્સિયૂ' હતું. તેઓ પોતાના માતા-પિતાની ત્રીજી અને છેલ્લી સંતાન હતી. એમના પિતા નિકોલ અને માતા ડ્રેનાફાઇલ બેજાક્સિયૂ કેથોલિક હતા અને અલ્બાનિયામાં રહેતા હતા. નિકોલ એક સફળ ઉદ્યોગપતિ હતા. ડ્રેનાફાઇલ ઘર પર રહીને બાળકોની દેખ-રેખ કરતી હતી. ઈ.સ. ૧૯૧૯માં જ્યારે મધર ટેરેસા આઠ વર્ષની હતી, તો એમના પિતાનું મૃત્યુ થઈ ગયું. બેજાક્સિયૂ પરિવાર ખરાબ રીતે આઘાતમાં ડૂબ્યો. થોડા સમય સુધી ઊંડા દુઃખમાં રહ્યાં પછી એમની માતાએ કપડા સિવીને અને હાથ બનાવટના સામાનો વેચવાનું શરૂ કર્યું. એનાથી એમને થોડી ઘણી આવક થવા લાગી, જેનાથી ઘરનો ખર્ચ ચાલવા લાગ્યો. એમણે એગ્નેસને એક રોમન કેથોલિકની જેમ પાલન-પોષણ કરીને મોટી કરી.

બેજાક્સિયૂ પરિવાર પૂરી રીતે ધાર્મિક હતો. તેઓ પ્રતિદિન પ્રાર્થના કરતા અને વર્ષમાં એક વખત તીર્થયાત્રા પર પણ જતાં હતા.

એગ્નેસ પોતાના પ્રારંભિક દિવસોમાં પણ મિશનરીની વાર્તાઓમાં દિલચસ્પી બતાવતી હતી. ત્યાંની જિન્દગી અને બંગાળમાં એમના દ્વારા કરવામાં આવી રહેલાં કાર્યો વિશે સાંભળવાનું એમને સારું લાગતું હતું.

પ્રારંભિક સંકેત

એક દિવસ એગ્નેસની માતાએ પોતાના બાળકોને કેટલાક ગંદા બાળકોની સાથે રમતા જોયા. એમણે પોતાના બાળકોને બોલાવીને કહ્યું, ''એમની સાથે ના રમો, નહીંતર તમે પણ એમની જેમ ગંદા, અસભ્ય અને ખરાબ દેખાશો.''

એમની મોટી બહેન ચુપચાપ ઊભી રહી, પરંતુ એગ્નેસે કહ્યું, ''માં, શું આ બાળકોને સારા નથી બનાવી શકાતા? તમે અમને એ સંતોની વાર્તા સંભળાવો છો, જેમણે ખરાબ લોકોને સારા બનાવ્યા. બરાબર એવી જ રીતે આ બાળકોને પણ સારા બનાવી શકાય છે. શું આ સત્ય નથી?''

માતાએ પ્રશંસા ભરેલી નજરોથી એગ્નેસને જોઈ અને માથું હલાવીને કહ્યું, ''મારી દીકરી, તું બિલ્કુલ સાચું કહી રહી છે. આપણો ઉદ્દેશ્ય એમની મદદ કરવાનો હોવો જોઈએ. એમનાથી ઘૃણા કરવાનો નહીં.''

આમંત્રણ

બાર વર્ષની ઉંમરમાં એગ્નેસે અનુભવ કરવાનું શરૂ કર્યું કે એમને ઈશ્વરની સેવા 'નન'ના રૂપમાં કરવી જોઈએ. 'નન' થવાનો નિર્ણય લેવો ખૂબ જ મુશ્કેલ હતો. એનો અર્થ ના ફક્ત લગ્ન અને બાળકોનો મોહ ત્યાગવો હતો, બલ્કે બધી સાંસારિક વસ્તુઓનો પરિત્યાગ પણ એમાં સામેલ હતો. ત્યાં સુધી કે પોતાના પરિવારને પણ છોડવાનો હતો અને તે પણ હંમેશાં-હંમેશાં માટે.

પાંચ વર્ષ સુધી એગ્નેસે આ વિષય પર વિચાર કર્યો. આ દરમિયાન તે ચર્ચના કોરસમાં ગીત ગાવાનું કામ કરતી હતી અને ચર્ચના અલગ-અલગ સમારંભોને આયોજિત કરવામાં માતાની સાથે મળીને ગરીબોને ખાવાનું વહેંચવાનું કામ કરતી હતી.

સત્તર વર્ષની ઉંમરમાં મધર ટેરેસાએ 'નન' બનવાનો કઠોર નિર્ણય લીધો. એમણે કેથોલિક મિશનરી દ્વારા ભારતમાં કરવામાં આવી રહેલા કાર્યોથી સંબંધિત કેટલીય રચનાઓ વાંચી હતી. મધર ટેરેસા ભારત આવવાનો સંકલ્પ કરી ચુકી હતી. આથી એમણે 'લૉરેટો ઑર્ડર ઑફ નન' માટે આવેદન કર્યું. હકીકતમાં આ આયરલેન્ડમાં હતું, પરંતુ એના મિશન ભારતમાં હતા.

નન બનવાની વાર્તા

અઢાર વર્ષની એગ્નેસે સપ્ટેમ્બર, ૧૯૨૮માં પોતાના પરિવારને અલવિદા કહી. એમણે પ્રથમ આયરલેન્ડનું ભ્રમણ કર્યું અને પછી ભારતનો રસ્તો અપનાવ્યો. એમણે 'સિસ્ટર્સ ઑફ લૉરેટો'ને એક મિશનરી તરીકે જોઇન્ટ કર્યું. એના પછી ક્યારેય તેઓ પોતાની માતા કે બહેનોથી મળી નહીં.

લૉરેટો નન બનવામાં એમને બે વર્ષનો સમય લાગ્યો. પ્રારંભિક સમયમાં મધર ટેરેસાએ છ અઠવાડિયાનો સમય આયરલેન્ડમાં પસાર કર્યો. આ દરમિયાન એમણે લૉરેટો ઑર્ડરનો ઇતિહાસ વાંચ્યો. એની સાથે જ એમણે અંગ્રેજીનો પણ અભ્યાસ કર્યો. આનું કારણ એ હતું કે અંગ્રેજી ભાષામાં જ લૉરેટોની સિસ્ટર્સ ભારતમાં સ્કૂલી બાળકોને ભણાવતી હતી. એના પછી એમણે ભારતની યાત્રા કરી. તેઓ ૬ જાન્યુઆરી, ૧૯૨૯એ ભારત પહોંચી. પ્રારંભિક બે વર્ષ એમણે એક શિખાઉની જેમ પસાર કર્યા. ૨૪ મે, ૧૯૩૧એ ટેરેસાએ પહેલી વખત લૉરેટો નન બનવાના સોગંધ લીધા.

લૉરેટો નન બન્યા પછી તેઓ 'સિસ્ટર ટેરેસા'ના રૂપમાં ઓળખાવા લાગી. એમણે સ્પેનમાં સ્થિત લિજિયેક્સના સેન્ટ ટેરેસાથી પ્રભાવિત થઈને પોતાનું નામ 'ટેરેસા' પસંદ કર્યું. સિસ્ટર ટેરેસા બન્યાં પછી તેઓ કલકત્તા (કોલકાતા)ના લૉરેટો ઍટેલી

કૉન્વેન્ટમાં રહેવા લાગી. તેઓ કૉન્વેન્ટ સ્કૂલોમાં ઈતિહાસ અને ભૂગોળ ભણાવવાનું કામ કર્યા કરતી હતી.

ભારતીયના રંગમાં ટેરેસા

સિસ્ટર ટેરેસા જન્મથી ક્રિશ્ચિયન હતી. તેઓ ગરીબોની સેવા કરવા માટે ભારત આવી હતી. ભૂખ્યાં અને ચિંથરેહાલ ગરીબોની સ્થિતિ જોઈને ટેરેસાનું હૃદય દ્રવિત થઈ ગયું. એમણે મિશનના મોંઘા કપડાંનો પરિત્યાગ કરી દીધો.

કલકત્તા નગર નિગમની મહિલા સફાઈકર્મી દ્વારા પહેરવામાં આવવાવાળા સાધારણ વસ્ત્રને એમણે પોતાની વેશભૂષા બનાવ્યા. આ રીતે એમણે સૌથી ગરીબ તરીકે પોતાની ઓળખ જાહેર કરી.

મધરની પદવી

સામાન્ય રીતે લૉરેટોની નનને કોન્વેન્ટ છોડવાની અનુમતિ મળતી ન હતી, પરંતુ ઈ.સ. ૧૯૩૫માં સિસ્ટર ટેરેસાને આ પ્રતિબંધથી વિશેષ છૂટ મળી. એમને કૉન્વેન્ટની બહાર સ્થિત સેંટ ટેરેસા સ્કૂલમાં ભણાવવાની પરવાનગી આપવામાં આવી. સેંટ ટેરેસામાં બે વર્ષ પસાર કર્યા પછી સિસ્ટર ટેરેસાએ ૨૪ મે, ૧૯૩૭એ અંતિમ સોગંધ લીધા. તેઓ આધિકારીક રીતે 'મધર ટેરેસા' બની ગઈ.

અંતિમ શપથ લીધા પછી તરત મધર ટેરેસા એક કૉન્વેન્ટ સ્કૂલ સેંટ મેરીની પ્રિન્સિપલ બની ગઈ. એક વખત ફરી તેઓ કૉન્વેન્ટની દીવાલોની અંદર સમેટાઈ ગઈ. એમણે લગભગ વીસ વર્ષ સુધી ત્યાં કામ કર્યું.

જો કે ટેરેસાને સ્કૂલમાં ભણાવવાનું સારું લાગતું હતું, પરંતુ કલકત્તાની ચારે તરફ ફેલાયેલી ગરીબી એમને પરેશાન કરતી હતી. ઈ.સ. ૧૯૪૩માં આવેલા દુષ્કાળે બંગાળને મૃત્યુ અને સમસ્યાઓની ભંવરજાળની વચ્ચે લાવીને છોડી દીધું. એના પછી ઈ.સ. ૧૯૪૬ના હિન્દૂ-મુસ્લિમ દંગાઓને કારણે આખા શહેરમાં નિરાશા અને ભયનું વાતાવરણ બની ગયું હતું.

આસમાની કિનારાની સાડીની ભેટ

ઈ.સ. ૧૯૪૬ ઓગસ્ટ, ૧૯૪૬ની સાંજે મધર ટેરેસાએ પોતાના જૂના ધાર્મિક વસ્ત્ર ઉતારી દીધા. એમણે આગામી ‘મિશનરી ઑફ ચેરિટી ઑર્ડર’ માટે નવા વસ્ત્ર ધારણ કર્યા. એમના નવા ઘસ્ત્ર એક સૂતરાઉ સાધારણ સાડી હતી. આ સફેદ રંગની હતી, જેના કિનારા પર આસમાની રંગની પટ્ટીઓ હતી. હકીકતમાં આસમાની રંગ વર્જિન મેરીનો રંગ છે. સાડી સિવાય એમના બ્લાઉઝ તેમજ પેટીકોટનો રંગ પણ બિલ્કુલ સફેદ હતો.

ઈ.સ. ૧૯૪૮માં મધર ટેરેસાએ ભારતની નાગરિકતા ગ્રહણ કરી. તેઓ ભારતીય વસ્ત્ર પહેરતી હતી અને ભારતીય ખાવાનું ખાતી હતી. તેઓ દિલથી ભારતીય હતી. મિશનરી ઑફ ચેરિટીની શરુઆત કરતાં સમયે એમણે એના માટે એક વસ્ત્રની પસંદગી કરવાની હતી. એ સમયે કલકત્તા નગર નિગમની મહિલા સફાઈકર્મીઓના યૂનિફૉર્મ આસમાની કિનારાવાળી સાડી હતી. મધરે એ જ વસ્ત્રની પસંદગી કરી. તેઓ એ કપડાંને લઈને ફાધરની પાસે પહોંચી. એમણે એમનાથી પ્રાર્થના કરી કે તેઓ એમને આ વસ્ત્રને ધારણ કરવાની સંમતિ આપે.

ફાધરે કહ્યું, ''સિસ્ટર! શું તમે જાણો છો કે આ કલકત્તા નગર નિગમના સૌથી નિચલી કક્ષાના કર્મીઓની યૂનિફૉર્મ છે અને ત્યાંના લોકો એને અછૂત માને છે?''

મધરે કહ્યું, ''આ જ કારણ છે કે મેં આની પસંદગી કરી છે. હું અહીંયાથી સૌથી નિચલા અને ગરીબ કક્ષાની સાથે પોતાની ઓળખ કરાવવા ઇચ્છું છું. અહીંયાના લોકોની ઉદાસી, પીડા, ગરીબી અને બીમારોની કરવામાં આવતી ઉપેક્ષાની સફાઈ કરંવાનો મારો ઉદ્દેશ્ય છે.''

આ સાંભળીને ફાધરની આંખોમાં આંસૂ આવી ગયા. એમણે નમીને મધર ટેરેસાની સાથે ઈશ્વરની આગળ પ્રાર્થના કરી, પછી

મધરને આશીર્વાદમાં એક જોડી આસમાની કિનારાવાળી સાડી મળી.

પોતાની પસંદથી ભારતીય

ઈ.સ. ૧૯૪૬માં મધર ટેરેસા પોતાની 'મિશનરી ઑફ ચેરિટી' શરૂ કરવા માટે જમીની કાર્યોમાં લાગેલી હતી. તેઓ માઈકલ ગોમેજ નામના વ્યક્તિના મકાનના ત્રીજા માળના એક રૂમમાં રહેતી હતી. સંપત્તિના નામે એમની પાસે એક લાડકી એક બક્સો અને 'વર્જિન મેરી'ની ફ્રેમ કરવામાં આવેલી તસ્વીર હતી. તેઓ ચટ્ટાઈ પર સૂતી હતી. એમની પાસે એક પાઈ પણ ન હતી. આથી ખાવાની વ્યવસ્થા કરવી પણ મુશ્કેલ હતી, પરંતુ ગોમેજનો પરિવાર દયાવાન હતો. જ્યાં સુધી શક્ય થાય, એમણે મધરની મદદ કરી.

એક વખત તેઓ કલકત્તાથી ટ્રામમાં યાત્રા કરી રહી હતી. થોડા લોકોએ એમને ઘૂરવાનું શરૂ કર્યું. એમના માટે એક ગોરી મહિલાનું આ રીતથી ટ્રામમાં યાત્રા કરવી સામાન્ય દૃશ્ય ન હતું. કેટલાક આપસમાં ફુસફુસાવી રહ્યાં હતા, તો કેટલાક આશ્ચર્યચકિત હતા. એક સહયાત્રીએ મધરથી એમની રાષ્ટ્રીયતા વિશે પૂછ્યું.

મધરે જવાબ આપ્યો, "હું ભારતીય છું."

આના પર બીજા વ્યક્તિએ કહ્યું, ''એક ગોરી મહિલા ભારતીય હોવાનો દાવો કેવી રીતે કરી શકે છે?''

મધરે છૂટથી જવાબ આપ્યો, ''તમે સંયોગવશ ભારતીય છો, પરંતુ હું પોતાની ઇચ્છાથી ભારતીય છું.''

સ્વિસ વ્યક્તિના અભિમાનનો અંત

પશ્ચિમના લોકો શરુઆતથી જ ભારતની ગરીબી અને નિરક્ષરતાની નિંદા કરતાં રહ્યાં છે. મધર ટેરેસા એમના આ વર્તનની મોટી ટીકાકાર હતી. ભારતને તેઓ પોતાનું રાષ્ટ્ર માનતી હતી. એની પ્રતિષ્ઠા એમની પોતાની પ્રતિષ્ઠા હતી.

એક વખત એક સ્વિસ વેપારી મધરથી મળવા આવ્યો. તે ઘણી બધી કંપનીઓનો માલિક હતો. એને પોતાના ધનનું ખૂબ જ અભિમાન હતું.

મધરથી મુલાકાત થવા પર એણે કહ્યું, 'મધર! તમે નથી જાણતા કે હું કેટલો અમીર છું. હું ઘણી બધી મિશનરીમાં દાન આપું છું. જ્યારે મેં ભારતની ગરીબી વિશે સાંભળ્યું તો અહીંયા એમની મદદ માટે ચાલ્યો આવ્યો. હું તમારા દ્વારા ચલાવવામાં આવી રહેલા આશ્રમ જેવા અનેક આશ્રમોને નાણાંકીય સહાય આપી શકું છું. હું અહીંયા તમારા દ્વારા ચેરિટી કરાવવા ઇચ્છું છું.''

મધર ટેરેસાએ એની વાત કરવાનો અંદાજ પસંદ ના આવ્યો. એમણે કહ્યું, ''જો તમારી પાસે એટલા પૈસા છે, તો તમારે તમારા દેશના ગરીબો માટે રહેવાની જગ્યા બનાવવી જોઈએ. જ્યાં તમારા જેવા લોકો હશે, ત્યાં મોટાભાગે લોકોનું ગરીબ થવું નક્કી ચે. મારો દેશ ભારત ગરીબ છે, પરંતુ અહીંયાના લોકો સંવેદનશીલ છે. અહીંયા એવા લોકોની કમી નથી, જે અમીર દેશોમાં પણ આશ્રમ ખોલવામાં મારી મદદ કરી શકે છે.''

મધરની સ્પષ્ટતાવાદિતાથી સ્વિસ વ્યક્તિનું અભિમાન ચકનાચૂર થઈ ગયું.

જરૂરતમંદોની મદદ

મધર ટેરેસાએ મોતીલાલ ઝુગ્ગીમાં રહેવાવાળા બાળકો માટે એક સ્કૂલ ખોલી. આ સ્કૂલમાં જવાવાળા બાળકો સાફ-સુથરા અને સ્વચ્છ દેખાવા લાગ્યા. આની સફળતાથી ખુશ થઈને ઝુગ્ગીવાસીઓએ સો રૂયિા જમા કરીને મધર ટેરેસાને આપ્યાં. મધર ટેરેસાએ એ પૈસાથી બે રૂમ ભાડે લીધા. પ્રતિ રૂમ પાંચ રૂપિયા ભાડું હતું. એક રૂમનો ઉપયોગ તેઓ સ્કૂલ તરીકે કરતી હતી અને બીજાને એમણે બીમારોનું ચિકિત્સાલય બનાવી દીધું.

એમના દ્વારા કરવામાં આવી રહેલી કઠોર મહેનતની ચારે તરફ પ્રશંસા થઈ રહી હતી. એક સિસ્ટરે સ્કૂલમાં ભણાવાની ઇચ્છા જાહેર કરી અને એક બીજી સિસ્ટરે બીમારોની સેવા કરવાનું મન બનાવ્યું. મધર ત્યાંના લોકોને મળતી હતી અને એમની સમસ્યાઓનું નિરાકરણ શોધવાનો પ્રયત્ન કરતી હતી. ત્યાંના ઝુગ્ગીવાસીઓને બહુધા અધિકારી જ પરેશાન કરતા હતા.

ગરીબો માટે દર્દ

એક દિવસ મધર ટેરેસા કલકત્તાની ગલીઓમાં ફરી રહી હતી. ઠંડીનો મહીનો હતો. એમની નજર એક તૂટેલી ઝૂંપડી પર ગઈ. જેની છત ઉખડી ગઈ હતી. એમણે એમાં એક મહિલાને પોતાના બાળકની સાથે જોઈ. તેઓ ઠંડથી ધ્રૂજી રહ્યાં હતા. તેઓ એમની પાસે ગઈ, બાળકને સ્પર્શ કર્યો તો એને તાવ હતો. મહિલાના શરીર પર માત્ર એક ફાટેલી સાડી હતી. આ બધું જોઈને મધર દુઃખી થઈ ગઈ. એમણે મહિલાને એની દયનીય સ્થિતિનું કારણ પૂછ્યું.

મહિલાએ સીસકતા જવાબ આપ્યો, '' બે મહીનાથી ઝુગ્ગીનું ભાડું નથી આપવામાં આવ્યું. આના કારણથી એના માલિકે અહીંયાની છત હટાવી દીધી છે. જો હું આને થોડી દઉં છું તો આને પોતાના કબ્જામાં લઈ લેશે. હું આ ઝૂંપડીને કેવી રીતે છોડી

શકું છું, મારું કોઈ બીજું ઠેકાણું નથી?''

મધર ટેરેસાએ એને સાંત્વના આપી. તેઓ એને પોતાની સાથે મોતીઝીલ લઈ ગઈ. ત્યાં ક્લીનિકમાં એને રહેવાની જગ્યા આપવામાં આવી.

જવાહરલાલ નેહરૂ થી મુલાકાત

૧૫ ઓગસ્ટ, ૧૯૪૭એ ભારત સ્વતંત્ર થયો. જવાહરલાલ નેહરૂએ ભારતના પ્રથમ પ્રધાનમંત્રી તરીકે શપથ લીધી.

આ ૧૯૪૭ની ઠંડીઓની ઋતુ હતી. મધર ટેરેસા એક સરકારી સ્કૂલમાં ક્રિસમસ મનાવી રહી હતી. પશ્ચિમ બંગાળના મુખ્યમંત્રી ત્યાં મુખ્ય અતિથિના રૂપમાં આવવાના હતા. સંયોગવશ એ દિવસે જવાહરલાલ નેહરૂ પણ કલકત્તામાં હતા. એમને એ સમારંભની જાણ થઈ તો એમણે એ સમારંભમાં સામેલ થવાની ઇચ્છા જાહેર કરી.

મધર ટેરેસાએ એમને જવાબ આપ્યો કે એમને પોતાના અતિથિ બનાવવા એમના માટે ખુશકિસ્મતી છે. એમણે કહ્યું કે ગરીબ બાળકો પોતાની વચ્ચે એમને જોઈને અત્યંત ખુશ થશે.

નેહરૂ ત્યાં પહોંચ્યા. મધર ટેરેસાએ સહૃદયથી બાળકોની સાથે એમનું સ્વાગત કર્યું. નેહરૂએ સમાજના નિચલા સ્તર માટે મધર દ્વારા કરવામાં આવી રહેલાં કાર્યો અને પ્રયત્નોની ભારો-બાર

પ્રશંસા કરી. મધર ટેરેસા દ્વારા કરવામાં આવી રહેલા નિઃસ્વાર્થ સેવા કાર્યોની પ્રશંસા કરવા માટે એમને યોગ્ય શબ્દો મળી રહ્યાં ન હતા.

કુષ્ઠ રોગીઓ માટે ઘર

ઈ.સ. ૧૯૫૦માં એક મહિલાએ એના સંબંધીઓને 'મધર હોમ' દરવાજા પર છોડી દીધી. એણે કિંમતી ઘરેણાં-ઝવેરાત પહેરી રાખ્યા હતા. કેમ કે તે કુષ્ઠ રોગથી ગ્રસ્ત હતી, આથી એના અમીર પુત્ર એને પોતાની સાથે રાખવા માટે તૈયાર ન હતા. મધરે એને રહેવા માટે જગ્યા આપી, પરંતુ 'હોમ'ના બીજા રોગી પોતાની સાથે એના હોવાથી પરેશાન હતા.

મધરે એવા ઘણા બધા કુષ્ઠ રોગીઓને જોયા, જે રસ્તા કિનારે પડી રહેતા હતા. એમની દેખભાળ કરવાવાળું કોઈ ન હતું. આવા કુષ્ઠ રોગીઓ માટે મધરે ટીટાગઢમાં એક 'લેપર હોમ' બનાવ્યું. ત્યાં અઠવાડિયામાં બે વખત સિસ્ટર્સ જઈને દવાઓ વહેંચતી હતી.

એ ધનવાન મહિલાને જયારે સત્યની જાણ થઈ, તો એણે પૂરું જીવન મધરના મિશનને સમર્પિત કરવાની ઘોષણા કરી. પછીથી ટીટાગઢમાં મહિલા કુષ્ઠ રોગીઓ માટે એક અલગ ઘર બનાવવામાં આવ્યું.

એ ધનવાન મહિલાને પણ ત્યાં લાવવામાં આવી. પોતાના વચન પ્રમાણે, એણે હંમેશાં બીજા રોગીઓની મદદ કરી.

દૃઢનિશ્ચયી મધર ટેરેસા

એક વખત મધર ટેરેસાએ ફુટપાથ પર એક સ્ત્રીને જોઈ. એની સ્થિતિ મરણાસન્ન હતી. એમણે એને રિક્ષામાં લઈને નજીકની હૉસ્પિટલમાં પહોંચી ગઈ. હૉસ્પિટલમાં એમને કહેવામાં આવ્યું કે કોઈ પથારી ખાલી નથી.

મધરે એ મરણાસન્ન સ્ત્રીને હૉસ્પિટલમાં જગ્યા આપવા માટે હૉસ્પિટલના કર્મચારીઓથી વિનંતી કરી. ડૉક્ટરે કહ્યું, ''આ સ્ત્રી મરી રહી છે. એને પાછી લઈ જાઓ.''

મધરે ફરી કહ્યું, ''પરંતુ આ હજુ જીવિત છે. આપણે એને કેવી રીતે મરવા દઈ શકીએ છીએ? જીવિત રાખવા માટે આના પર તરત ધ્યાન આપવાની જરૂર છે. કૃપા કરીને કંઈક કરો.''

ડૉક્ટર અભિમાની હતો. એણે કહ્યું, ''અમારી પાસે આના પર બરબાદ કરવા માટે સમય નથી.'' અને તે પાછા પોતાના કેબિનમાં ચાલ્યા ગયા.

મધર ટેરેસા જમીન પર બેસી ગયા. ત્યાં મહિલા એમના ખોળામાં પડી હતી. થોડા સમય પછી ઘેર જવા માટે ડૉક્ટર પોતાની કેબિનથી નિકળ્યા. એણે મધરને ત્યાં બેઠેલા જોયા. એની અંતરાત્માએ એને ધિક્કાર્યો. એણે મહિલાની તપાસ કરી અને એનો ઉપચાર પણ કર્યો. અંતમાં મહિલાનો જીવ બચી ગયો.

નેહરૂ દ્વારા મધરની પ્રશંસા

વર્ષ ૧૯૬૦માં બીમારી છતાં નેહરૂએ એક 'મધર હોમ'નું ઉદ્‌ઘાટન કર્યું. મધર ટેરેસા એમને પોતાની સંસ્થા 'મિશનરીજ ઑફ ચેરિટી' વિશે બતાવવા ઇચ્છતી હતી.

નેહરૂએ જવાબ આપ્યો, ''મધર, એની કોઈ જરૂર નથી. આ કોઈ પરિચયની મોહતાજ નથી. બધા તમારા કાર્યો વિશે જાણે છે. પોતાના પરિત્યક્તો, અનાથો અને અસહાય રોગીઓની જે રીતે સેવા કરી છે, એના માટે સંપૂર્ણ વિશ્વ તમારું ઋણી છે. ઉદ્દેશ્ય પ્રત્યે તમારું સમર્પણ અતુલ્ય છે. તમારું ધૈર્ય અને નિઃસ્વાર્થ સેવાભાવ અવિશ્વસનીય છે.''

આ શબ્દોએ મધર ટેરેસાના ભાવવિહ્વળ કરી દીધા. એમની આંખોમાંથી આંસૂ વહેવા લાગ્યા.

નિર્મળ હૃદય

મધર ટેરેસા હંમેશાં રસ્તાના કિનારે ગંભીર રૂપથી બીમાર લોકોને એમ જ પડેલા જોઈ હતી, જેની દેખભાળ કરવાવાળું કોઈ ન હતું. મધરે એ રોગીઓની દેખભાળ કરવાનો નિર્ણય કર્યો. તેઓ ઇચ્છતી હતી કે મોતના દરવાજા પર ઊભેલા આ રોગીઓના મોત સન્માનજનક રીતથી થાય. એમને ગંભીર રૂપથી બીમાર

લોકો માટે 'હોમ' બનાવવા માટે જગ્યાની જરૂર હતી.

તેઓ નગર નિગમના કાર્યાલય જઈને સ્વાસ્થ્ય વિભાગના કેટલાય કર્મચારીઓથી મળ્યાં. અધિકારી દયાળુ અને વિચારવાન હતા. એણે મધરને કાલીઘાટ મંદિરની પાસેની એક જગ્યા વિશે બતાવ્યું. આ એક ધર્મશાળા હતી, જેના પર કેટલાક અસમાજિક તત્વોએ કબ્જો કરી રાખ્યો હતો. મધરે પોતાના સામાજિક કાર્ય માટે એ જગ્યાનો ઉપયોગ કરવાનો નિર્ણય કર્યો.

ધર્મશાળામાં મોટા-મોટા હૉલ હતા. મધર અને એમના સહયોગીઓએ રસ્તાના કિનારાથી ગંભીર રૂપથી બીમાર લોકોને ત્યાં લાવીને જગ્યા આપવાનું શરૂ કર્યું. મિશનની સમર્પિત સિસ્ટર્સે બીમારોની સેવા શરૂ કરી. મધરે એ આવાસનું નામ 'નિર્મળ હૃદય' રાખ્યું.

તે વિકલાંગ છોકરી

ભારતના અલગ-અલગ શહેરોમાં 'મધર હોમ' ખુલી રહ્યાં હતા. એમાંથી એક જયપુરમાં પણ હતું, જ્યાં હજુ નિર્માણ કાર્ય ચાલી રહ્યું હતું. મધર એની તપાસ માટે ત્યાં આવી હતી. તેઓ સાંજની પ્રાર્થના માટે ચર્ચ જઈ રહી હતી. એમની નજર એક અનાથ વિકલાંગ છોકરી પર પડી. એનો પગ ખરાબ હતો અને તે

રસ્તા પર એને ઘસેડતાં-ઘસેડતાં ચાલી રહી હતી.

મધરને એ છોકરી પર દયા આવી ગઈ. તેઓ એની નજીક ગઈ. એમણે એના માતા-પિતા વિશે પૂછ્યું.

છોકરીએ જવાબ આપ્યો, ''ના માં-બાપ છે અને ના તો કોઈ ભાઈ-બહેન. એમણે મને છોડી દીધી, કેમ કે હું વિકલાંગ છું. હું રસ્તા પર ભીખ માંગું છું.'' વિકલાંગ છોકરીની વાતો સાંભળીને મધરને આશ્ચર્ય થયું. તેઓ એને 'હોમ' લઈ ગઈ અને ઓળખ માટે નવા કપડાં આપ્યા. એક સિસ્ટરે એને બતાવ્યું, ''હવે પછી તું અહીંયા અમારી સાથે જ રહીશ.''

ઈંદિરા ગાંધીની સાથે સંબંધ

આ એ સમય હતો, જ્યારે ઇંદિરા ગાંધી ભારતની પ્રધાનમંત્રી હતા. મધર માટે એમના દિલમાં ઊંડો પ્રેમ અને આદરનો ભાવ હતો. મધર જ્યારે પણ દેશની બહાર હોતી તો ઇંદિરા ગાંધી 'મધર હોમ'માં ચાલી રહેલા સેવા કાર્યનું ધ્યાન રાખતી હતી. એક વખત દિલ્લીના 'મધર હોમ'માં શાકભાજી અને દાળની કમી થઈ ગઈ. સિસ્ટર્સ ચિંતિત હતી. ઇંદિરા ગાંધીને આની જાણ થઈ. એમણે તરત એની વ્યવસ્થા કરાવી. ઇંદિરા ગાંધીના કીચન

ગાર્ડનની તાજી શાકભાજીઓથી લદાયેલો ટેમ્પો 'હોમ'માં પહોંચી ગયો.

મધર ટેરેસા અને ઇંદિરા ગાંધીની વચ્ચે એક અલગ પ્રકારનો સંબંધ હતો. એક વખત મધર ટેરેસા ગંભીર રૂપથી બીમાર થઈ ગઈ. તેઓ દાર્જિલિંગની એક હૉસ્પિટલના 'ઇન્સેન્ટિવ કેયર યૂનિટ'માં ભરતી હતી. એ સમયે ઇંદિરા ગાંધીએ પોતાના વ્યસ્ત કાર્યક્રમોને છોડીને મધરને જોવાનો સમય કાઢ્યો.

વિદેશોમાં 'મધર્સ હોમ'

'મિશનરી ઑફ ચેરિટી'ની પ્રસિદ્ધિ ચારે તરફ ફેલાઈ રહી હતી. મધર ટેરેસાને વિદેશોમાં 'હોમ' ખોલવા સંબંધી પ્રસ્તાવ અને અનુરોધ સતત મળી રહ્યાંહતા, પરંતુ મધરને એમને ઠુકરાવવા પડી રહ્યાં હતા, કેમ કે વિદેશોમાં કામ કરવાવાળી સિસ્ટર્સની કમી હતી.

પોપ જૉન-પૉલ-IIના દબાણથી પ્રથમ વખત વિદેશમાં મધરે હોમ ખોલ્યું. આ હોમ વેનેજુએલામાં હતું. પોપે ભારતનો પ્રવાસ આ જ ઉદ્દેશ્યથી કર્યો હતો.

ભારતમાં પોપના પ્રવાસ માટે હવાઈ માર્ગથી 'ફોર્ડ લિંકન' લક્ઝરી કાર મંગાવી હતી. પોપ મધર ટેરેસાના કામથી એ કદર

પ્રભાવિત હતા કે એમણે એ કાર એમને ભેટમાં આપી દીધી.

મધર ટેરેસા અને એમની સિસ્ટર્સ યુદ્ધ-ક્ષેત્રમાં પણ ગઈ. એમણે પોતાના જીવના જોખમે ઘાયલોની સેવા કરી.

એક વખત મધર ટેરેસા ઈથોપિયા ગયેલી હતી. જ્યાં ભયંકર દુષ્કાળ પડ્યો હતો. ભુખમરીથી જનતાની મોત થઈ રહી હતી. એ દેશના પ્રશાસક હેલે સેલેસી એક કટ્ટર મુસ્લિમ હતો, છતાં પણ મધર એને એ સમજાવવામાં સફળ રહી કે એમની સેવા રાજનીતિ અને ધર્મની સંકીર્ણ વિચારધારાઓથી ઉપર છે.

મધરે ત્યાં 'હેલે સેલેસી મિશનરી ઑફ ચેરિટી' ખોલ્યું.એના માધ્યમથી એમણે ત્યાંના સેંકડો લોકો, જે ભુખમરીને કારણે મરણાસન્ન હતા, એમના જીવ બચાવ્યા.

ઈ.સ. ૧૯૮૭માં મધરે ફિલિપીંસમાં ટીબીથી ગ્રસ્ત દર્દીઓ માટે 'તુમાન હોમ' ખોલ્યું. આ હોમ ત્યાંની રાજધાની 'મનીલા'ની સૌથી ગરીબ વસ્તીમાં ખોલવામાં આવ્યું હતું. આ બીજો એવો એશિયાઈ દેશ હતો, જે ભયંકર ગરીબી અને બીમારીનો શિકાર હતો.

નિર્મળ અને પવિત્ર

ઈ.સ. ૧૯૭૧ના ભારત-પાકિસ્તાન યુદ્ધમાં પાકિસ્તાની સેનાએ પૂર્વી પાકિસ્તાનમાં ગજબનો આતંક ફેલાવ્યો હતો. આના

કારણથી લાખો લોકો ત્યાંથી ભાગીને ભારતમાં શરણ લેવા માટે પહોંચી રહ્યાં હતા. મધરે બીમાર શરણાર્થીઓની મદદ માટે કલકત્તામાં ઠેર-ઠેર કેમ્પ લગાવ્યા. સરકાર અને સ્વયંસેવી સંગઠનો દ્વારા બનાવવામાં આવેલી શિબિરોમાં શરણાર્થી રહી રહ્યાં હતા. અમેરિકા સિનેટર એડવર્ડ કેનેડી, શરણાર્થી શિબિરોની સ્થિતિ જોવા ભારત આવ્યા.

એડવર્ડ કેનેડી મિશનરીઝ ઑફ ચેરિટી દ્વારા ચલાવવામાં આવી રહેલી એક શિબિરમાં પહોંચ્યા તો ત્યાં એમણે એક સિસ્ટરને એક રોગીના ઘા સાફ કરતાં જોયા, તેઓ સિસ્ટરથી હાથ મિલાવવા માટે આગળ આવ્યા. સિસ્ટરે ધીમેથી કહ્યું, ''સર! મારા હાથ ગંદા છે.'' અને પોતાનો હાથ પાછળ કરી લીધો.

એડવર્ડ કેનેડીએ કકહ્યું, ''સિસ્ટર! તમારા હાથથી પવિત્ર અને નિર્મળ કશું નથી હોઈ શકતું.'' એમણે ઉત્સાહપૂર્વક સિસ્ટરના હાથ પોતાના હાથોમાં લઈ લીધા.

નારિયેળનો ગોળો

એક વખત મધરે બે છોકરાઓને લડતા જોયા. મધરે એમનાથી ઝઘડાનું કારણ જાણવા ઈચ્છ્યું. છોકરાઓએ બતાવ્યું કે ઝઘડાનું મૂળ નારિયેળનો ગોળો છે.

કારણ જાણીને મધર આશ્ચર્યચકિત હતી. હકીકતમાં આસ-પાસ સેંકડો નારિયેળના ગોળા વિખેરાયેલા પડ્યાં હતા. છોકરાં એ વિખેરાયેલા ગોળાને ઉઠાવી રહ્યાં ન હતા. તેઓ એક વિશેષ નારિયેળના ગોળા માટે લડી રહ્યાં હતા.

જ્યારે છોકરાઓથી આનું કારણ પૂછવામાં આવ્યું તો એમણે બતાવ્યું કે એ વિશેષ નારિયેળમાં પાણી છે, જ્યારે બીજા નારિયેળના ગોળા ખાલી છે, ત્યારે મધરને જાણ થઈ કે લડાઈ નારિયેળના પાણી માટે છે, નારિયેળ માટે નહીં. અચાનક મધરે વિચાર્યું કે કેમ નહીં બાળકોને નારિયેળના ગોળા એકઠાં કરવાના કગામમાં લગાવવામાં આવે? આ ગોળાઓથી જે નારિયેળ જૂટ મળશે, એનો ઉપયોગ ચટ્ટાઈ, પગલૂંછણીયા અને દોરડાં બનાવવા માટે કરી શકાય છે, પરંતુ સૌથી મોટી સમસ્યા હતી કે નારિયેળના ગોળાઓને જમા ક્યાં કરવામાં આવે? મધરની પાસે કોઈ ગોદામ ન હતું. તેઓ આના માટે પ્રયત્ન કરતી રહી. અંતમાં ૧૯૭૩માં એમને સિયાલદહમાં એક જગ્યા દાનમાં મળી. મધરે આને 'હોમ'માં બદલવાનો નિર્ણય કર્યો.

પ્રેમદાન

મધરે પોતાના નવા અભિયાનને 'પ્રેમદાન'નું નામ આપ્યું. એમણે છોકરાંઓની વચ્ચે એ સંદેશ મોકલ્યો કે સો ગોળા

લાવવાવાળા દરેક છોકરાને બટર અને બ્રેડની સ્લાઇસ આપવામાં આવશે. આ ખબરથી ગલીના બાળકોમાં નારિયેળના ખાલી ગોળા એકઠાં કરવાની લહેર દોડી ગઈ.

લોકો નારિયેળનું પાણી પીતા હતા અને એના ખાલી ગોળાને સ્ટૉલની આસ-પાસ ફેંકી દેતા હતા. નારિયેળના ગોળા અહીં-તહીં વિખેરાયેલા કચરાંની જેમ લાગતા હતા. ગલી-કૂચાના બાળકો સો-સો ગોળાઓનો થેલો બનાવતા હતા. 'મધર હોમ'ની ટ્રક ચારે તરફ ફરીને એ થેલાને જમા કરતી હતી અને બદલામાં બ્રેડની સ્લાઇસ પર બટર વહેંચતા હતા.

પછીથી પ્રેમદાન એક મોટા 'હોમ'માં બદલાઈ ગયું. એ હોમમાં એવા વૃદ્ધ રહેતા હતા, જેમની પાસે ઘર ન હતું. વિકલાંગો અને અનાથોને પણ ત્યાં આશ્રય આવામાં આવતો હતો. આ હજુ સુધી કાર્ય કરી રહ્યાં છે. અહીંયા રહેવાવાળા લોકોને નારિયેળની જૂટથી દોરડાં, ચટ્ટાઈ અને થેલી બનાવવાનું શીખવાડવામાં આવે છે. આનાથી તેઓ આજીવિકા પેદા કરે છે.

સિંગાપુરની ઘટના

એક વખત મધર ટેરેસા સિંગાપુરના પ્રવાસે હતી. ત્યાં સોળ વર્ષની એક સુંદર છોકરી એમને મળવા આવી. એણે 'મિશન'માં કામ કરવાની ઇચ્છા બતાવી. એનો એક નાનો ભાઈ હતો, જે

શારીરિક રૂપથી વિકલાંગ હતો. એ છોકરીને મધરે બતાવ્યું કે એનું માથું ઘણું મોટું છે. આ કારણથી તે દૈત્યની જેમ દેખાય છે. બધા એનાથી નફરત કરે છે અને એના પર હસે છે, પરંતુ તે એનાથી પ્રેમ કરે છે, કેમ કે તે એનો ભાઈ છે. એણે મધરને પૂછ્યું, ''મારે શું કરવું જોઈએ?''

મધરે કહ્યું, ''મારી દીકરી! ઈશ્વરથી પ્રેમ કરો. જેમના દિલમાં વિકલાંગો માટે સહાનુભૂતિ નથી, ઈશ્વર એમને પ્રેમ નથી કરતો. તારે દરેક વિકલાંગ વ્યક્તિથી પ્રેમ કરવો જોઈએ. મારા 'હોમ'ના દરવાજા તારા માટે ખુલ્લાં છે. પોતાનું જીવન પીડિતોની સેવામાં સમર્પિત કરો. હું તમને તારા ભાઈની સાથે સિબૂ શહેરમાં સ્થિત મારા 'હોમ'માં મોકલી દઉં છું.''

એ સુંદર છોકરીને એ મળી ગયું, જેના માટે એણે હંમેશાં પ્રાર્થના કરી હતી. તે ફિલીપીંસના સિબૂ શહેરમાં સ્થિત 'હોમ'માં પોતાના ભાઈની સાથે આવી ગઈ.

ત્યાં તે મધરના મિશનનો ભાગ બની. એનો ભાઈ પણ ત્યાં પહોંચીને ખુશ હતો, કેમ કે ત્યાં એનાથી કોઈ નફરત કરતું ન હતું અને ના તો કોઈ એના પર હસતું હતું.

કસ્ટમ ડ્યૂટી આપવાથી ઈનકાર

મધર ટેરેસા દ્વારા સ્થાપિત હોમ્સને આખી દુનિયાથી મોટા-મોટા દાન મળતા હતા. મોટાભાગે પશ્ચિમી દેશ જે અમીર હતા, દાનસ્વરૂપ દવાઓ મોકલ્યા કરતા હતા. એક વખત બે સિસ્ટર્સે મધરની પાસે આવીને સૂચના આપી કે કસ્ટમના અધિકારી દાનસ્વરૂપ આવેલી દવાઓને છોડવા માટે તૈયાર નથી. તેઓ આ દવાઓ પર ટેક્સની માંગ કરી રહ્યાં છે.

મધરે દૃઢતાથી કહ્યું, ''અમે કસ્ટમ ડ્યૂટી કેમ અદા કરીએ, પોતાના 'હોમ્સ' માટે અમે સરકારથી કશું નથી લેતા. આ દવાઓ નફો કમાવા માટે નથી. આ દેશના જરૂરતમંદોને મફતમાં આપવામાં આવે છે. આ કન્સાઈન્મેન્ટ તમામ દુનિયાના દયાળુ લોકો દ્વારા દાનમાં આપવામાં આવ્યું છે. એમને પરેશાન કરવાની શું જરૂર છે. મેં નિશ્ચય કરી લીધો છે કે દાનમાં મળેલીદવાઓ પર ટેક્સ નહીં આપે.''

આ ફિલીપીંસની ઘટના છે. ત્યાં મધરનો એક વિશ્વાસપાત્ર ભારતીય હતો. તે ખૂબ મદદરૂપ હતો. એણે સંબંધિત મંત્રીથી મુલાકાત કરીને એમની સામે મધરની વાત રાખી. મંત્રીને 'મધર હોમ'માં દવાઓને ટેક્સ વગર મોકલાવી પડી.

વૃદ્ધાશ્રમ

ગરીબ બીમાર અને અનાથો માટે મધરે કેટલીય જગ્યાએ 'હોમ' બનાવડાવ્યાં. પછીથી એમણે એવા વૃદ્ધો માટે પણ આશ્રમ બનાવ્યા, જેમને પરિવારવાળાઓએ કાઢી મૂક્યા હતા.

હૉંગકૉંગની એક ઘટના છે. ત્યાંના એક અમીર વૃદ્ધ દંપતિએ પોતાના ફ્લેટમાં આત્મહત્યા કરી લીધી. પોતાની સુસાઇડ નોટમાં એમણે લખ્યું- ''અમે પોતાની દેખભાળ કરવામાં અસમર્થ છીએ, આથી અમે મરવાનો નિશ્ચય કર્યો. અમારા ફ્લેટને વેચી દેવામાં આવે. એનાથી મળેલી રકમનો અડધો ભાગ મધર ટેરેસાના 'ઓલ્ટ એજ હોમ'ને આપી દેવામાં આવે અને અડધો ભાગ એવી બીજી સંસ્થાને આપી દેવામાં આવે, જે પરિવાર દ્વારા છોડી દેવામાં આવેલા વૃદ્ધો માટે કામ કરતી હોય.''

મધરને જ્યારે આ દંપતિના નિરાશાજનક અંતની જાણ થઈ તો એમણે ધનવાન દેશોમાં 'ઓલ્ડ એજ હોમ' ખોલવાનો નિર્ણય કર્યો. આ જ કારણ હતું કે એવા દેશોમાં વૃદ્ધ લોકો પોતાના બાળકો દ્વારા તિરસ્કૃત થાય છે.

જીવિત મહાન આત્મા

જ્યાં ક્યાંય પણ તેઓ જતાં, ચમત્કૃત કરવાવાળી વાર્તાઓ નિકળતી. એમનાથી પ્રેરણા લઈ સામાન્ય માણસ મહાપુરુષ

બનતા નજરે આવતા. એમના કિસ્સા વિસ્મયકારી છે. એક વખત વિદેશ યાત્રા દરમિયાન એમણે એર હોસ્ટેસ તરીકે પોતાની સેવા આપવાની રજૂઆત કરી. એ સમયે એમને મધરનો દરજ્જો પણ પ્રાપ્ત ન હતો. તેઓ ફક્ત એક યુવા સિસ્ટર હતી. એમણે વિમાન પરિચારિકાઓથી કહ્યું કે તેઓ છોડવામાં આવેલા ભોજનને એક થેલીમાં કરીને આપે.' એમણે નોબલ પુરસ્કારના વ્યવસ્થાપકોથી કહ્યું કે તેઓ પરંપરાગત ઔપચારિક ભોજનને રદ્દ કરે અને એ પૈસાથી ભૂખ્યા બાળકોને ભોજન કરાવી દે. કદાચ આટલું બધું કરવું એમના માટે એથી શક્ય થયું કે એમને સાંસારિક વસ્તુઓથી મોહ ન હતો. બીજાઓની પીડાને દૂર કરવી એમનો ઉદ્દેશ્ય હતો. જે સામાજિક સરોકારોથી મતલબ રાખતા ન હતા, એના માટે તેઓ જવાબની જેમ હતી. એમના વ્યવહારમાં એટલી તાકાત હતી કે જ્યારે તેઓ સામે હતી તો કોઈ દરવાજો બંધ કરી શકતું ન હતું.

એનું એક ઉદાહરણ યમનમાં જોવા મળ્યું, ત્યાં ૬૦૦ વર્ષોથી ક્રિશ્ચિયન મિશનરી પર પાબંદી લગાવવામાં આવી હતી, પરંતુ ઈ.સ. ૧૯૬૦માં ત્યાંના તત્કાલીન પ્રધાનમંત્રી મધરથી એ કદર પ્રભાવિત થયા કે એમણે આ પાબંદી હટાવીને મધરને પોતાના દેશમાં આમંત્રિત કર્યા. એમનું કદ માત્ર પાંચ ફુટ હતું, પરંતુ એમના કાર્યોનું કદ એટલું મોટું હતું કે એમની સામે ધનવાન,

પ્રસિદ્ધ અને શક્તિશાળી વ્યક્તિ પણ ઠીંગણો નજરે આવતો હતો. એમની પ્રશંસા કરતાં એડવર્ડ કેનેડી પબ્લિકની વચ્ચે રોઈ પડ્યાં હતા.

ઈ.સ. ૧૯૭૮માં જ્યારે ઈંદિરા ગાંધી સત્તાથી બહાર હતી, એમણે અતિવ્યસ્ત કાર્યક્રમથી સમય કાઢીને મધરથી મુલાકાત કરી. પશ્ચિમી બેરુતની ગલીઓ જ્યારે ધૂ-ધૂ કરીને સળગી રહી હતી, ત્યારે પણ મધરને રોકવાનું સાહસ કોઈનાથી ના થયું. તેઓ એ ગલીઓથી થઈને અનાથ બાળકોને લઈને પોતાના નવા હોમ તરફ જઈ રહી હતી.

આખા વિશ્વમાં એમને જે આદર-માન પ્રાપ્ત હતું, એનો અંદાજો એમને મળેલાં પુરસ્કારોના ઢગલાંથી લગાવી શકાય છે. એમના પુરસ્કારોની યાદી અંતહીન છે - નોબલ શાંતિ પુરસ્કાર, લિયો ટૉલ્સટૉય આંતરરાષ્ટ્રીય પુરસ્કાર, ભારત રત્ન વગેરે. સંક્ષેપમાં આપણે કહી શકીએ છીએ કે ઈ.સ..૧૯૭૯માં શાંતિ નોબલ પુરસ્કાર પ્રાપ્ત થયા પછીથી એમને લગભગ ૫૦ રાષ્ટ્રીય અને આંતરરાષ્ટ્રીય પુરસ્કાર મળ્યાં. એમના માટે આ પુરસ્કારોના અર્થ શું હતા? એનો જવાબ શોધવા માટે એક ઉદાહરણ જ પૂરતું છે - મધરને જ્યારે પોપે લિમોસિન કાર ભેટ કરી તો એમણે એની નીલામી કરીને એ પૈસાને ચેરિટીમાં લગાવી દીધા.

સન્માન

મધર ટેરેસાને પોતાના કામની અવેજમાં અનેક પુરસ્કાર, સન્માન, પદવી, પ્રશસ્તિ પત્ર અને ટ્રૉફીઓ મળી. આની સંખ્યા એટલી વધારે હતી કે તેઓ એનો સંગ્રહાલય ખોલાવી શકતી હતી. આ પુરસ્કારોથી તેઓ ખુદને જોડાયેલા અનુભવ કરતી ન હતી, છતાં પણ તેઓ આ પુરસ્કારોને ગ્રહણ કરતી હતી, કેમ કે એની સાથે રોકડ રકમ પણ મળતી હતી, જેનો ઉપયોગ તેઓ પોતાના મિશન માટે કરતી હતી. આ બધાથી એમને અભૂતપૂર્વ ખ્યાતિ અને આદર મળ્યો. એનો એ ફાયદો તો જરૂર થયો કે મધરની પાસે દાન માટે વ્યક્તિ અને સંસ્થા વધારે સંખ્યામાં આવવા લાગ્યા -

- ઈ.સ. ૧૯૭૯માં મધરને દુનિયાનો સૌથી પ્રતિષ્ઠિત નોબલ પુરસ્કાર મળ્યો.
- વિશ્વવિદ્યાલયોમાં એમને ડૉક્ટરેટની પદવી આપવાની હરિફાઈ લાગી ગઈ.
- એનાથી પહેલાં ઈ.સ. ૧૯૬૨માં તેઓ 'મેગ્સેસે એવોર્ડ' જીતી ચુકી હતી.
- પોપ જૉન પૉલે એમને શાંતિ પુરસ્કારથી સન્માનિત કર્યા.

- યૂએસએએ એમે 'કેનેડી આંતરરાષ્ટ્રીય' પુરસ્કાર આપ્યો.
- ઈ.સ. ૧૯૮૦માં ભારત સરકારે એમને દેશનો સર્વોચ્ચ નાગરિક સન્માન 'ભારત રત્ન' આપ્યો.

આવા ભવ્ય સમારંભ જે મધર ટેરેસાને સન્માનિત કરવા માટે થતા હતા, એમાં સામેલ થવામાં એમને સંકોચ થતો હતો. આ બધા સમારંભોમાં તેઓ આસમાની કિનારાવાળી સાધારણ સાડીમાં જ સામેલ થઈ.

મધરની પ્રાર્થના

મધર ગાંધીજીથી ક્યારેય ના મળી, પરંતુ ગાંધીજીના પ્રત્યે એમના મનમાં ઊંડો આદર અને પ્રેમ હતો. એમણે કુષ્ઠ રોગીઓ માટે તૈયાર હોમનું નામ 'ગાંધીજી પ્રેમ નિવાસ' રાખ્યું.

મધર કુષ્ઠ રોગીઓની સાથે મળીને બહુધા એ પ્રાર્થના કર્યા કરતી હતી -

''હે ઈશ્વર! મને એટલી સક્ષમ બનાવો કે હું ગરીબો અને બીમારોની સેવા કરી શકું. ભૂખ્યાઓને ભોજન અને રોગીઓને દવાઓ આપવામાં મારી મદદ કરો. મારા હાથોમાં એટલા ગુણ આપો કે હું દરેક ભૂખ્યાને ભોજન કરાવી શકું. મારી અંદર એટલો પ્રેમ ભરી દો કે હું બધા માટે શાંતિ સ્થાપિત કરી

શકું. હે ઈશ્વર, મને એ લોકોની વચ્ચે શાંતિદૂત બનાવીને મોકલો, જે નફરતથી ભરેલાં છે, જેથી હું એમની નફરતને પ્રેમમાં બદલી શકું. મને એટલી શક્તિ આપો કે જ્યાં અન્યાય થઈ રહ્યો છે, ત્યાં ન્યાય અપાવી શકું અને ભટકેલા લોકોને સાચ્ચા માર્ગ પર લાવી શકું, અવિશ્વાસી હૃદયમાં વિશ્વાસ પેદા કરી શકું. હે ઈશ્વર! મારી અંદર એવો પ્રકાશ ભરી દો કે હું વંચિતોની જિન્દગીમાં ખુશીની રોશની વિખેરી શકું."

મધર એક એવું વ્યક્તિત્વ હતું કે એમણે જે કહ્યું, તે કર્યું.

અંતિમ યાત્રા

મધરની જેમ-જેમ ઉંમર વધતી જઈ રહી હતી, તેમ-તેમ એમનું શરીર એમનો સાથ છોડવા લાગ્યું હતું. એમની તબીયત સારી ચાલી રહી ન હતી. અત્યાધિક કામ કરવાને કારણે સ્વાસ્થ્ય બિલ્કુલ ખરાબ થઈ ગયું હતું. ઈ.સ. ૧૯૯૬માં એમણે પોતાના સંગઠનના પ્રમુખના પદથી રાજીનામુ આપી દીધું. એમની જગ્યાએ સિસ્ટર નિર્મલા આવી. એમનું રાજીનામુ દુનિયાભર માટે એક સમાચાર બની ગયું. મોટાભાગના લોકોનું માનવું હતું કે મધર ટેરેસાને ઝડપથી આવી રહેલા પોતાના અંતનું અનુમાન થઈ ગયું હતું.

સપ્ટેમ્બર, ૧૯૯૬માં એમની સ્થિતિ વધારે ખરાબ થઈ ગઈ. ડૉક્ટરોના કહેવા પર એમને કલકત્તાની એક હૉસ્પિટલના આઈ.સી.યૂ.માં ભરતી કરવામાં આવ્યા. તેઓ ખૂબ જ નબળા થઈ ગઈ હતી. લગભગ ૫૦ વર્ષ પૂર્વ ૧૦ ડિસેમ્બરે એમણે 'મિશનરી ઑફ ચેરિટી'ની સ્થાપના કરી હતી. દરેક વર્ષે તેઓ એ દિવસને 'પ્રેરણા દિવસ'ના રૂપમાં મનાવતી હતી.

ગંભીર બીમારી છતાં તેઓ 'પ્રેરણા દિવસ'ના સમારંભમાં સામેલ થઈ. ત્યાં એમણે કહ્યું કે બની શકે છે કે આવવાવાળા વર્ષના સમારંભમાં તેઓ ના રહે, પરંતુ સિસ્ટર્સ સેવા કાર્યને ચાલૂ રાખે.

આઠ મહીના સુધી મધરે મોતથી સંઘર્ષ કર્યો. પાંચ સપ્ટેમ્બર, ૧૯૯૭એ એચાનક મધરના નબળા શરીરમાં અસહ્ય દર્દ થયું. આ દિવસે એમણે અંતિમ શ્વાસ લીધો અને પછી એમનું શરીર હંમેશાં માટે શાંત થઈ ગયું.

આ ખબરથી આખું વિશ્વ ઊંડા શોકમાં ડૂબી ગયું. શ્રદ્ધાંજલિ આપવાવાળાઓની લાઇનો લાગી ગઈ.

૧૩ સપ્ટેમ્બર, ૧૯૯૭એ પૂરા રાજકીય સન્માનની સાથે મધરને દફનાવવામાં આવ્યા.

ભારતના ઇતિહાસમાં મધર ટેરેસા સિવાય એકમાત્ર નાગરિક

રાષ્ટ્રપિતા મહાત્મા ગાંધી હતા, જેમને આ સન્માન આપવામાં આવ્યું હતું.

મધર ટેરેસા પછી મિશરી ઑફ ચેરિટી

માર્ચ, ૧૯૯૭માં સિસ્ટર નિર્મલા 'મિશનરી ઑફ ચેરિટી'ની પ્રમુખ બની. એમને મધર ટેરેસાની જગ્યાએ બેસાડ્યાં. તેઓ મધરના પદચિહ્નો પર ચાલવા માટે કટિબદ્ધ હતી. આ અવસર પર એમણે કહ્યું- ''મારે એમના જૂતાના નિશાન પર ગ રાખીને ચાલવું પડશે. આપણે એ કરવાનું જારી રાખીશું, જે આપણે કરતાં આવ્યા છીએ.''

૨૪ વર્ષની ઉંમર સુધી સિસ્ટર નિર્મલા એક હિન્દૂ હતી. ગરીબો માટે મધર ટેરેસાનો સેવા-ભાવ જોઈને તેઓ અભિભૂત થઈ ગઈ. એમનાથી પ્રેરિત થઈને તેઓ કેથોલિક થઈ ગઈ. એમણોતાના ધાર્મિક નામ માટે એક હિન્દી શબ્દ 'નિર્મલા'ને પસંદ કર્યું, જેનો અર્થ શરીર અને આત્માની શુદ્ધતા છે.

સિસ્ટર નિર્મલા એક ભારતીય વિશ્વવિદ્યાલયથી રાજનીતિ વિજ્ઞાનમાં સ્નાતકોત્તર હતી. એમને અધિવક્તાની વધારાની ટ્રેનિંગ પણ પ્રાપ્ત હતી. મધર ટેરેસાની ઉત્તરાધિકારી પસંદ કરવાથી પહેલાં સિસ્ટર નિર્મલા પનામા, યૂરોપ અને વૉશિંગ્ટન ડી.સી.માં મિશનની પ્રમુખ રહી ચુકી હતી.

'મિશનરીજ ઑફ ચેરિટી' ગરીબમાં ગરીબ સ્તર સુધી પહોંચે છે. વિસ્થાપિતો અને અસહાય લોકોને આશ્રય આપે છે. આ રોગીઓની સેવા કરે છે અને રસ્તા કિનારે મરી રહેલાં અનાથોને પ્રતિષ્ઠા આપે છે.

મધર ટેરેસા મેમોરિયલ હાઉસ

'મધર ટેરેસા મેમોરિયલ હાઉસ' મેસેડોનિયા ગણતંત્રના સ્કપ્જે શહેર (મધરનું ઘરેલૂ શહેર)માં સ્થિત છે. આ માનવતાવાદી અને નોબેલ શાંતિ પુરસ્કાર પ્રાપ્ત મધર ટેરેસાને સમર્પિત છે. આ મેમોરિયલ હાઉસ સેન્ટર નગર નિગમના મેસેડોનિયા સ્ટ્રીટમાં બનાવવામાં આવ્યું છે. આ એ જગ્યા પર છે, જ્યાં પહેલા 'સેક્રેડ હાર્ટ્સ જીસસ રોમન કેથોલિક ચર્ચ' સ્થિત હતું. આ ચર્ચમાં જ મધર ટેરેસાને બેપ્ટાઇઝ્ડ કરવામાં આવ્યા હતા.

આ મેમોરિયલ હાઉસ બે મિલિયન યૂરોનું છે. આનું ઉદ્ઘાટન મેસેડોનિયાના પ્રધાનમંત્રીએ ૩૦ જાન્યુઆરી, ૨૦૦૯એ કર્યું હતું. આના ઉદ્ઘાટન સમારંભમાં વિદેશી ડેલીગેશન, મેસેડોનિયામાં સ્થિત રોમન કેથોલિક ચર્ચ અને મેસેડોનિયન ઑર્થોડૉક્સ ચર્ચના સભ્ય હાજર હતા. 'મધર ટેરેસા મેમોરિયલ હાઉસ'ના ઉદ્ઘાટનના એક અઠવાડિયા પહેલાં મેસેડોનિયાના વિદેશ મંત્રીએ કલકત્તામાં

એમની કબર પર એક સ્મૃતિસ્વરૂપ પ્લેટ રાખી. એના પર અંગ્રેજીમાં નિમ્નાંકિત લાઈનો અંકિત હતી -

"Tokevn of gratitude from the republic of Macedonia and the fellow-citizens of her native town skopje"

આ ભવન મે, ૨૦૦૮માં બનવાનું શરૂ થયું અને મેસેડોનિયા ગણતંત્રની સરકાર દ્વારા વિત્ત પ્રદત્ત હતું. આને સંસ્કૃતિ મંત્રાલય બનાવી રહ્યું હતું. આ મધર ટેરેસાના જન્મ-ગૃહનું આધુનિક સ્વરૂપ છે. અહીંયા કેટલાય પ્રકારના ધાર્મિક કાર્ય થાય છે. ઘરની અંદર મધર ટેરેસાની કેટલીક અભિન્ન વસ્તુઓ રાખવામાં આવી છે. એમને પવિત્ર માનવામાં આવે છે. સ્કપ્જેના રોમન કેથોલિક ચર્ચના સહયોગથી આને સ્કપ્જે લાવવામાં આવ્યા.

મધર ટેરેસા અને એમના પરિવારવાળાઓની આદમકદ મૂર્તિઓનું એક મ્યૂઝિયમ છે. એની બનાવટ એવી છે કે એ બિલ્કુલ વાસ્તવિક લાગે છે. એમાંથી એક મૂર્તિ એવી છે, જેમાં દસ વર્ષીય મધર ટેરેસા પોતાના હાથોમાં એક કબૂતર પકડીને પથ્થરના ટુકડા પર બેસી છે.

સંત બનવાના માર્ગ પર મધર ટેરેસા

૧૯ ઑક્ટોબર, ૨૦૦૩એ પોપ જૉન પૉલ-IIએ મધર ટેરેસાના બેપ્ટીફિકેશન (રોમન કેથોલિક ચર્ચની એક પરંપરા, જેમાં

મરણોપરાંત વ્યક્તિને ધર્માત્મા ઘોષિત કરવામાં આવે છે.) કર્યું. મધર ટેરેસાનો દેહાંત ઈ.સ. ૧૯૯૭માં થઈ ચુક્યો હતો. એના લગભગ છ મહીના ફછી મેસેડોનિયામાં જન્મેલી નનનું બેપ્ટીફિકેશન રોમમાં કરવામાં આવ્યું. એ સમયથી લઈને અત્યાર સુધી મધરની લોકપ્રિયતામાં કોઈ કમી નથી આવી.

આધુનિક ઇતિહાસમાં મધર ટેરેસાએ બેપ્ટીફિકેશનની પ્રક્રિયામાં સૌથી ઓછો સમય લાગ્યો. મધર ટેરેસાના મૃત્યુના બે વર્ષ વીતવાથી પહેલાં જ પોપ જૉન પૉલે એમના કેનનાઇઝેશન (સંત બનવાની પ્રક્રિયા)ની તરત શરુઆતની અનુમતિ આપી દીધી. સામાન્ય રીતે એમાં પાંચ વર્ષ સુધી રાહ જોવી પડે છે. પોપ જૉન પૉલે મધર માટે આ પ્રતીક્ષાકાળને નાનો કરી દીધો.

મધર ટેરેસાના બેપ્ટીફિકેશન માટે એક ચમત્કારની રાહ જોવાતી હતી. વર્ષ ૨૦૦૨ની ઘટના છે. એક બિન ક્રિશ્ચિયન ભારતીય મહિલાના પેટમાં વિશાળ ટ્યૂમર હતું..'મિશનરીજ ઑફ ચેરિટી'ના સભ્યોએ પ્રાર્થના કરી કે એની સંસ્થાપક એટલે કે મધર ટેરેસા એ બીમાર મહિલાની મદદ કરે. બીજા દિવસે જયારે તે જાગી તો એના પેટથી ટ્યૂમર ગાયબ હતું. આ મધરની પહેલી વરસી પર થયું. 'હોલી ફાધર'એ આ ભારતીય મહિલાના સ્વસ્થ થવાના એ

ચમત્કારના રૂપમાં ઓળખ્યો, જે મધરને બેપ્ટીફાઈ કરી શકતો હતો.

જયારે મધરના બેપ્ટીફિકેશનની ઘોષણા થઈ તો એમના દ્વારા સ્થાપિત 'મિશનરીજ ઑફ ચેરિટી'ના સભ્યોએ પોતાના વક્તવ્યમાં કહ્યું, ''પ્રેમથી ગરીબોની સેવા કરવાવાળી મધરના જીવને સેંકડો-હજારો લોકોને એ રસ્તા પર ચાલવા માટે પ્રેરિત કર્યા. એમની સેવા અને સંદેશ કોઈ પણ ધર્મને માનવાવાળાઓ માટે એક સંકેત છે કે ઈશ્વર આજે પણ સંસારને પ્રેમ કરે છે.''

તેઓ કહે છે, ''એમના મૃત્યુ પછી પણ લોકો એમનાથી મદદ માંગે છે. એમની પ્રાર્થનાથી એમને પોતાના માટે ઈશ્વરથી પ્રેમની અનુભૂતિ થાય છે. દરેક દિવસ ના ફક્ત ભારત બલ્કે પૂરી દુનિયાથી સેંકડો-હજારો લોકો એમની કબર પર પ્રાર્થના કરવા આવે છે. એવા ઘણાં બધા લોકો છે, જેઓ એમના પદચિહ્નો પર ચાલીને જરૂરતમંદોની મદદ કરે છે. એમનાથી પ્રેરણા લઈને લોકો પોતાના પરિવારના સૌથી જરૂરતમંદોની પ્રેમથી સેવા કરે છે.''

સન્ ૨૦૦૧માં 'ફીસ્ટ ઑફ ધ એજયુમશન ઑફ મેરી'ના અવસર પર અધિકારીઓએ ચર્ચ દ્વારા કરવામાં આવી રહેલી મધર ટેરેસાની પવિત્રતાની ઔપચારિક તપાસ બંધ કરી દીધી.

ચર્ચના બિશપ દ્વારા કરવામાં આવવાવાળી આ તપાસ આમ તો એક અત્યંત લાંબી પ્રક્રિયા છે, પરંતુ મધર ટેરેસામાં પોતાની આસ્થા રાખવાવાળાઓની જે ભીડ પૂરા વર્ષ ચાલી, એનાથી તપાસનું પ્રથમ ચરણ એમ જ પૂરું થઈ ગયું. એનાથી પહેલાં વર્ષ ૨000માં મધરના જન્મદિવસ પર હિન્દૂ, મુસ્લિમ અને શિખ પ્રશંસકોએ સમ્મિલિત રૂપથી એમના જલ્દી સંત ઘોષિત થવાની પ્રાર્થના કરી.

મધર ટેરેસાના સંત ઘોષિત થવા માટે હજુ એક વધારે ચમત્કારની જરૂર છે, જેનું જલ્દી જ પૂરું થવાની શક્યતા છે.

■■